AF747036

போதலின் தனிமை

(கவிதைகள்)

போதலின் தனிமை

யாழன் ஆதி

அறம் பதிப்பகம்

போதலின் தனிமை *(கவிதைகள்)*
யாழன் ஆதி

அறம் பதிப்பகத்தில்
முதல் பதிப்பு: ஜனவரி 2021

வெளியீடு:
அறம் பதிப்பகம்,
3/582, முல்லைத் தெரு,
கஸ்தூரிபாய் நகர், TNHB எதிரில்,
முள்ளிப்பட்டு கிராமம் & அஞ்சல்
ஆரணி வட்டம், திருவண்ணாமலை மாவட்டம் – 632316
தொடர்புக்கு: 9150724997
மின்னஞ்சல்: arampublication50@gmail.com

பக்கங்கள்: 122

ISBN: 978-81-950502-2-2

Poothalin Thanimai (Poetrys)
Yazhan Aathi ©

First Edition for
Aram Publication: January, 2021

Published by: Aram Publication
Address:
No. 3/582, Mullai street,
Kasthuribai nagar,
Mullipattu village & post
Arani Taluk - 632 316, Tiruvannamalai Dt, Tamil nadu

Contact Cell No: 9150724997
e-mail: arampublication50@gmail.com

Pages: 122

ISBN: 978-81-950502-2-2

என் பால்யத்தை அழியாத
சித்திரங்களாக்கிய
தங்கை அம்மு,
தம்பிகள் சீனி, கெங்கா
ஆகியோருக்கு.

நன்றி

தலித்முரசு • முற்றுகை • தீராநதி • புதிய பார்வை • உயிர்மை
புது எழுத்து • தை • அம்ருதா • யுகமாயினி • கருக்கல் • றெக்கை
மணல்வீடு • அதிகாலை • கீற்று • சிக்கிமுக்கி • தடாகம்
• கருப்புப் பிரதிகள் தோழர் நீலகண்டன்

ஒரு பறவையென
றெக்கைகளை விரித் தெழுகிறது
சூரியன்
வானத்தின் நிறம் மாற
பறவைகள் பழம் பறிக்கப் புறப்படுகின்றன
எஞ்சியுள்ள வானின்
நிறம் தின்று
பசியாறுகிறது பகலவப் பறவை.

ஒரே முறைகூட
வலிக்காத வார்த்தைகளை
ஆடை நெய்ய தந்தத் தருணங்கள்
மிகவும்
இன்றி
அமையாதவைதான்.

யாருக்குள்ளும் எரியாத
நெருப்பொன்றின்மேல்
நின்று கூவுகிறேன்
ஒளிபிறக்கும் என் காலத்தின் முகைகளை
மலர வொண்ணாமல்
யார் செய்தது என.

இரவின் பரந்த கைகளில்
என் கனத்த சரீரத்தைக்
கிடத்திவிட்டு கிளம்புகிறேன்
எச்சங்கள் உதிர்ந்த
வேம்பி னடியில்
மஞ்சள் சருகுகள் சலசலக்க
மிதந்து நடக்கின்றன என் பாதங்கள்
விடிவதற்குள் துருவங்களைத் தொட.

பிரதி ஈனும் மனம் பெயர்

அ.
மௌனத்தின் கூடுகளி லுறங்கும் சொற்களை
அடைகாக்கும் மனப்பறவையின் செட்டை தரும்
வெம்மையில் நிற்கிற வுன் அன்பினுக்கு
முத்தங்களை என்னெஞ்சம் ஈனும்.

ஆ.
தவிப்பில் பூத்திருக்கும் பூவில் ததும்பும்
என்காதல் தேனை யுறிஞ்ச குழலோடுவரும்
வெண்ணிற சிறகுடை வண்டின் கனவுகளில்
உன்றன் திருவுருவப் பிரதி.

இ.
பூக்களை அணிந்திருக்கும் நகரத்தின் வாசலில்
வரவேற்கிற துன்மேனியின் நறுமணக் காற்று
ஊடுறுவிப் பாய்ந்து சென்ற பேருந்தின்
சன்னலோரம் தகிக்கிறதென் மனம்.

ஈ.
தோளின் மீதமர்ந்து பேசுமுன் னிதழ்கள் கிளியைப்போல
மெல்ல காதுகுடையும் மயிலிறகன்ன மூச்சுக்காற்று
நிலவு உதறி விரிக்கையில் கவிதைப் புரளுமென்
உயிர்மூலங்களில் வசிக்குமுன் பெயர்.

அனந்தசயனம்

துயர்கொள்ளும் இரவின் கண்களின்மேல்
குடிசையின் படல்களாய் இமைகள்
மூடியிருக்க
தென்னங்கீற்றின் நிழலொளி
சதிராடும் படுக்கையில் துயில் நடக்கின்றது
எக்கிய வயிற்றுப் பள்ளத்தில்
புதைத்துப் பானையைத் தட்டிப் பாடுகிறார்
முருகையன் பெரியப்பா
'சமரசம் உலாவுமிடமே...'
இருப்பிடம் புலனாகாத சுவர்க்கோழி
அதிகரித்த சத்தத்துடன் கத்த
கிழிந்த முந்தானையை
சரிசெய்து வருகிறாள் கிழத்தி
அனந்த சயனத்தில் பள்ளிக்கொள்ளும் மாலே
பாம்பின் படிகளேறி உறங்குமுனக்கு
அடிவயிற்றில் கடிக்கவில்லையா
சாக்கடை கொசு ஒன்றுகூட.

தீர்ப்பு

துவண்டுப்போன பாதைகளைச் செப்பனிடுதல்
குறித்த பேச்சுவார்த்தையில்
கலந்துக்கொள்ள வந்திருந்தன சக்கரங்கள்
அதி உன்னதமான அதன் ஆரங்கள்
நாவுகளென மாறி நிகழ்த்தின
உரையாடல்களை
'மனிதர்கள் சக்கரங்களின் துயர்களை
அறிவதில்லை அதனால் தான்
சாலைகள் சமமற்றவையாக மாறின' என்றன
கருத்தறிய தேடப்பட்ட மனிதன்
பேருந்து நிறுத்தத்தின் மூலையிலமர்ந்து
குடித்த பீடியின் புகை மண்டி
கண்களை மூடிக்கொண்டிருந்தான்
அடுக்கடுக்கான குற்றச்சாட்டுகள் சாட்டப்பட்ட
மனித இனத்திற்கு பிரதிநிதிக ளின்மையால்
எழுதப்பட்ட தீர்ப்பை
எடுத்துக்கொண்டு வெளியே வந்தன சக்கரங்கள்
சாலைகள் புடவையைப் போல்
சுருட்டப் பட்டு வைக்கப்பட்டிருந்தன ஓரத்தில்.

தேவதைப் பூனை

குழப்பத்தின் அலைவுகளுக்கிடையில்
அமைதியாய் நகர்கிறது நம் காதல் நதி

கைப்படாத அந்த நெருப்பின்
கசிவில்
ஒளிர்ந்த நம் கண்களில்
வாய்த்திருக்கிறது பூனையில் தன்மை

இருட்டில் பளீரிடும்
பூனையின் கண்களில் குடியமர்ந்தபின்
எங்கிருந்தோ வந்த தேவதை கொடுத்த பூச்செண்டு
சிரித்துகொண்டுதான் இருக்கிறது
இன்னும் தனியாக.

மனக்கல்

மனம் கரைந்துருகி
சமைந்துப் போனது ஒரு கல்லாய்
எந்த வெளிபடுத்தலுக்கும் இயலா
ரகசியங்கள் ஓர்ந்தன ஒரு புள்ளியில்
வெடிப்பாய் மாறி இருந்தது
சொல்லப் படாத காதலொன்றின் சொல்
ஆசையின் சூட்சுமங்கள்
அடங்கியிருந்தன ஆயினும்
பிரகாசித்தன சிலயிடங்களில் அவை
சூரியனின் வெம்மை ஒளியில்
நினைவுகளின் சாயங்கள்
கற்களின் புராதன வடிவங்களாய் வார்க்கப்பட்டு
இரவின் கருப்புக்கும்
பகலின் மஞ்சளுக்கும் மாறிக்கொண்டிருந்தன
சிலை நிகழும் எண்ணம் எதுவுமற்று
தெருவோரம் கிடந்த அக்கல்லின்மீது
பின்னங்காலைத் தூக்கி
சிறுநீர் கழித்துவிட்டுப் போகிறது காலநாய்.

வனத்தீ

உக்கிரமாக எரிகிறது வனத்தின்
இன்னொரு கனியான இருள்
பற்றி எரியும் மலைமுகட்டின் தீ
ஊரைப்பார்த்தது
ஊர் தீயைப் பார்த்தது
வானின்வெளியில் மேகமாய் பரவியது
பெரும்புகை
குளிர்ச்சியைத் தந்தது மலைத்தீ தூரக்கண்களுக்கு
தீயின் சுவாலை படிந்த மனத்துடன்
வீட்டிற்கு வந்தேன்
சாத்தியக் கதவுக்குள்ளும்
சடசடவென எரிகிறது வனத்தீ.

உன் கண் நீர்

எப்பொழுதும் மாறாத உன் இயல்புகளின்
அசைவுகளைச்
சொல்லிக் கொண்டிருக்கிறது மரம்

சிரிப்புகளை பிரதியெடுத்துகொண்டு
மறைகிறது மின்னல்

தாய்மையின் அனுபவம் பொதிந்த
அடிவயிற்றுச் சுருக்கங்களைப் போல
அமைந்திருக்கிறது
என்னைக் கண்டதும் ததும்பும் உன் முகம்

புயல்களை உற்பத்தி செய்யும் இமைகளை
உடுத்தியிருக்கும் உன் விழிகளுக்குள்
என் பிம்பங்களைச் சேமிக்கையில்
கண்ணீர்த்துளியாகிறேன்.

கணிப்பின்முள் திரும்பும்
திசை யெதுவென
அவதானிக்க முடியாத
இருட்பிரதேசத்தில் தேடுகின்ற
விழிகளுக்கு
எதுவும் தெரியாது
கண்ணீர் சொரிதலைத் தவிர.

இசையறை

இசையில் மிதக்கும் அறையில்
தனித்திருந்தேன்
காற்றின் அடுக்குகளில் படிந்திருந்த
இசைத்துளிகள் நனைத்தன என்னை
முழுமையாய் தொலைந்து போயிருந்தேன்
பிடித்தேறும் எண்ணம் துளியுமில்லை எனக்கு
கூக்குரலிட்டன
இசையின் நுனியில் கோக்கப்பட்ட வார்த்தைப் பூச்சிகள்
என் னுடல் முழுக்க இசைச்சுவடுகள்
நீண்ட தோர் ஆலாபனை முடிந்ததும்
சுழல ஆரம்பித்தது என் இசையின் வட்டு
ஓர் ஓரத்தில் உட்கார்ந்திருந்தேன் நான்.

கொழுந்து விட்டெரியும் காற்று
திசைகளில் மணக்கிறது தீஞ்சுவை
திடத்தின் கூறுகளை இழந்து
மெழுகென மாறுகின்றன பாறைகள்.

சிதைவுற்ற பிராயத்திலிருந்தே
புறப்படுகின்றேன் நான்
ஏதுமற்ற என் இருப்புகள் மீதெல்லாம்
கேள்விகளை எழுப்பலாம் நீங்கள்
ஆதிமுதலே இப்படித்தான்
மரபாய் மௌனத்தையே கடைபிடிக்கிறோம்
உங்கள் கேள்விகளே புயலாய்
சுழற்றியடிக்க.

எதிர்நிலை

பியானோவின் கட்டைகளை
உருவி உனக்கான
நடைமேடையை அடுக்கின்றாய்
மீட்டாத இசையொன்றின் சிறகுகளை
துண்டித்து
புழுக்கத்திற்கு விசிறிகளைச் செய்யும்
மனமுனக்கு
மழைநூலில் நீ கோக்கும்
நீலநிற எழுத்துக்கள் கரைந்து
வீதியோர சாக்கடையில் வழிகிறது
கிஞ்சிற்றும் அழியாத உன்
வசீகரத்தின் சுக்கான்களால்
என்னைப் பாறைகள்மீதே மோத
வைக்கிறாய்
வழியில் தப்பிவிட முடியாத
என்னிரவுகளைக் கொத்திக் கிளறியே
கூரிய அலகுகளால்
புழுக்களை எடுக்கிறாய்
உடைந்துச் சிதறிய
மதுக்குடுவையால் என்னைக் கீறுகிறாய்
வழிந்த ரத்தக் கோடுகள்
வரைந்திருக்கின்றன உன்னை.

தீக்காரன்

திரண்ட தசையின்மீது எடுத்துப் பூசுகிறான்
தீயை
கனியினை சுவைத்துக் கடிப்பதுப்போல
தீநாக்குகளை கடித்துச் சுவைக்கின்றான்
ஒரு குழந்தையை தன் மார்மீது
போட்டு தாலாட்டுவதை யொத்தது
அவன் அதை அணைத்துக்கொள்வது
இருக்கையென தீயை மடித்துப்போட்டு
அதன்மேல் உட்கார்ந்து இசை கேட்கிறான்
சிலசமயம் தீயையே உடையாகவும்
ஆக்கிக் கொள்கிறான்
தலைமீது தீயைச் சுமந்து
ஊர்சுற்றுகிறான்
இன்னும் கைத்தட்டல் கேட்குமெனின்
தன் குறியாகவே அதை உள்ளாடைக்குள்
மறைத்தும் வைக்கின்றான்
மடிப்புகளற்ற அவன் வயிற்றின்மீது
பசியாய் அலைகிறது தீ
தீக்கு இரையாகமல்
தீயை இரையாக்குமவனை
சந்திக்கலாம் நீங்கள்
எதோ கிராமத்தில்
எங்கோ விழாக்களில்.

சாலையில் திரண்ட
பெருமழை வெள்ளத்தில்
மிதக்கும் குமிழிகளில்
வற்றிய பச்சையத்தைத் தேடி
உதிர்கின்றன
மஞ்சள் சருகுகள்.

புறக்கணிக்கப்பட்ட துயரத்தின்
பெருங்காற்றில்
ஓர் ஒற்றைச்சொல்லைப்போல
அசைகிறது மேகம்
கவியும் இருளில் மறைந்த
அதன் உருவத்தின் படிமம்
அறைக்குள் வந்தமர்கிறது
என்னுடன்.

துயில முடியா இரவில் மிதந்து
அலைகிறது உடல்
கிறுக்கல்களாய்
ரணங்கள் இறுக இறுக
வலைகள் நெய்கின்றன
உடலைப் பிடித்த வலையை
இழுக்க முயற்சிக்க
யாருமில்லை கரையில்.

மௌனத்தைப் போல
பனிப்பொழிவு மறைக்கிறது
வனத்தை
இரைச்சல்களைக் கடந்து
மெல்ல அசைகின்றன
பூக்களில் விழுந்த பனித்துளிகள்

வீரியப் பறவை

கனன்று சுழலும் பாதையெங்கும்
முட்கள் சிதறிக் கிடக்கின்றன
பார்வைக்கீறல்களில் வதங்கி
தளர்கின்றது தேகம்
வன்முறைகளில் விசிறியடிக்கப்பட்ட
காயங்களில் சுரக்கும்
கண்ணீரின் உப்பு உணவுக்காகிப் போகும்
உடல்மீதேற்றிய பாரங்களில்
இயற்கையின் தாண்டவக் கோரம்
வலியின் வலிமை முறிக்கிறது
முறுக்கித் திமிர்ந்த அறிவு
வெயிலின் வெம்மை யெனினும்
பூமியின் திண்மை எனினும்
அடித்து நொறுக்கி கிளர்கிறது
வாழ்வின் தீவிரம்
உழைப்பின் சொற்களை எடுத்துப் பாடுகின்றன
தடைகளின்மேல்நின்று வீரியப்பறவைகள்
மையங்களை நோக்கிய விளிம்பின் எத்தனிப்பில்
சிதைகின்றன எல்லாம்

இரவின் கருமமைதியில் உறங்கமுடியாத
மல்லிகையாய் இருக்கிறது நிலா
தூரத்தில் கேட்கும் பாங்கோசையில்
துயில ஆரம்பிக்கிறது இரவு
கழிந்த சொப்பனங்கள் காலத்தின்மீது
நண்டுகளைப்போல ஏறுகின்றன
உறங்க முடியாத தூக்கத்தின் மீதிகளை
எங்கே வைத்திருக்க வேண்டும் என தெரியாமலே
பாய்க்குள் சுருட்டப்பட்ட தலையணையாய்
பகலுக்குள் சுருட்டப்படுகிறது இரவு.

கைச்சர்ப்பம்

அவிழ்க்கக் கூடாத துரோகத்தின்
முடிச்சுகளை அவிழ்க்கிறாய் நீ
பாம்புகளைப்போல என்னை நோக்கி
வருகின்றன அவை
வாயடைத்த சொற்களின் அர்த்தங்களை
வலிதெரியாமலேயே துடைத்துவிட்டு
பேசிக்கொண்டே இருக்கிறோம்
பானைக்குள் நாம் குடித்த தண்ணீரின்
அடியில்
எட்டிப்பார்க்கிறது கடைசியாய்
நீ விட்ட கையின் சர்ப்ப பிம்பம்.

பிரதிப்பலன்

பிரதிகளைப் பற்றி உனக்கென்ன தெரியும்
அதன் வாசனைகளில் நஞ்சைப் பரப்புவதைத் தவிர
லிபிகளைச் சவுக்காக நெய்யும்
உன் பிரதி வீண்
கண்ணீரிலான என் பிரதிகள்
ஒருபோதுமுன்னை இரவாதன
உன்பிரதிகளை ஒத்த ஒரு சாயலும்
என்பிரதிகளுக்கு வாய்த்திடவே கூடாத
நாளே எனக்கு எப்போதும் வேண்டும்
யோனிகளையும் முலைகளையும்
எடுத்துத் துப்பும் உன் பிரதிகளைக் கடந்து
நான் நடக்கிறேன் வெகுதொலைவில்
பெண்ணின் எழும்புதலில் உடைந்து
வெளியாகும் என் பிரதிகள் காலங்களைப் பிரசவிக்கும்
அழுகையின் வீறலையோ
மழையின் சாரலையோ
பூக்களின் மகரந்தங்களையோ
ரத்தத்தின் கறைகளையோ
ஒருபோதும் விடாதவை என் பிரதிகள்
உன்போலல்ல வெறும் வெற்றுத்தாள்கள்.

இழப்பு

மரணத்தின் செய்தி அச்சடிக்கப்பட்ட
காகிதத்தை நீட்டுகின்றனர்
கடல்சூழ்ந்த அந்த நகரத்தின்
சிறார்கள்
அகால மரணாத்தைத் தழுவிய
சிறுமியின் நசுங்கிய தலை
அவள் பெயருக்கருகில்
முற்றுப்புள்ளியாகியிருந்தது
மரணத்தின் துர்செய்திகள் ஏதுமறியாத
சிறுவர்களிடத்தில் அந்த காகிதம் ஒரு
விளையாட்டுப் பொருளாகியிருந்தது
இழப்பின் துயர் தாளாது
வெறிச்சோடிய கடலின் சப்தத்தை
அரற்றுகிறாள் சிறுமியின் தாய்
பூக்களை வைத்துவிட்டு
வருகிறவர்களுக்கு நன்றி சொல்கின்றன
அவள் தந்தையின் கண்கள்
முந்தைய மரணத்தின் சோகத்தை
வீழ்த்திவிட்டு
கம்பீரமாய் சுழல்கிறது
அன்றைய மரணச்சூறாவளி.

கடுகிய வேகத்தில்
உறைகிறது இருள்
நடுநிசியில் வழியும்
நாய்களின் குரலில் கசிகிறது
பயத்தின் தீவிரம்
சீறிய காற்றின் வேகம் தணிகிறது
இரவின் பனிக்குடம் உடைந்து
தலைநீட்டுகின்றது பகற்பிஞ்சு.

அற்புதமான மழைநேரத்தில் நனைந்த
பறவையின் பாடல்
காமுறுகிறது நீரோட்டத்தினை
துளிகள் படர்ந்த வெளிமுழுதும்
அடைக்கபட்டிருகிறது ஆகிருதியால்
துளியில் நுரைக்கும் இசை
கலக்கிறது நீரோட்டத்தில்
அந்த பருவகாலத்தில்
நீர்பாய்ந்த வனமெங்கும்
மரங்களில் பூத்திருந்தன இசைமலர்கள்

குளிர்ச்சி தழையும் அந்தியின்
எடை கூடியிருக்கின்றது
மஞ்சள் வெயிலும் செவ்விய வானமும்
இணைந்து சுழலுகையில்
வளர்ந்திருந்தன நட்சத்திரங்கள்
நிலவின் பரப்பில்
தெரியும் ஓவியங்களை இருள் வரைய
தூரத்தில் கேட்கிறது
காட்டுக்குயிலின் சப்தம்

குழந்தைகள் அழும் வீடு

குழந்தைகள் அழும் சப்தம் கேட்கும்
வீடமைந்த தெருவில் நடக்கிறோம்
உரையாடல்களில் மிதந்த காற்றின் தீவிரம்
அவ்வீட்டின் சாளரங்களை மெல்ல திறக்கிறது
கலங்கிய கண்களுடன் கோணிய முகத்துடன்
தெருவைப்பார்க்கிறது அழும் குழந்தைகளில் ஒன்று
விரல்சொடுக்கி என்னவென்று
தலையசைகிறான் நண்பனொருவன்
'சும்மா' என்று சொல்லி
கதவைத் தாழிட்டுக்கொண்டது குழந்தை
மீள்கையில்
விளையாடிக்கொண்டிருந்த குழந்தை
நண்பனைப் பார்த்து புன்னகைத்து
தொடர்ந்தது தன் விளையாட்டை
நட்பின் இறுமாப்போடு.

எழிலி

தீர்க்கமானக் கோடுகளால் வரையக்கூடியன
அல்ல அவை
பகடிகளற்ற சொற்கள் உலவும் வனம்
பிசிறுகள் சற்றேனும் இல்லா மேகம்
ஊறிய தேனில் மிதக்கும் மதுரம்
யாருமற்ற வெளியொன்றின் மௌனம்
எல்லாவற்றிலும்
இருக்கும் உன் எஞ்சிய அழகிடை
என்ன இருக்கின்றது இன்னும்.

புறம்

கருணையற்ற பாடல் ஒன்றைப் பாடி
தீர்க்கின்றீர்கள் எங்களின் மேல்
சுவாசங்களிழந்தவர்களின் காற்றைச் சுமக்கும்
அதிகாரியின் கைகளில் தரப்பட்ட எங்கள் படங்களை
திரையில் வீழ்த்தி வியூகம் வகுக்குறீர்கள்
ஒலியெழுப்பும் மலைவீழருவியென
தரையின் மீது தன் கைகளை அடித்து
புலம்பும் அவளின் கலைந்த கூந்தலில்
நெய்தடவி பூக்களிட
பதியம் போடுகிறீர்கள்
வேர்களை வெட்டிவிட்டு.

நீயுனது

எதையும் உதிர்க்கும் மரம் உன் லாவகத்தைச் சொல்கிறது
அதனினும் இன்னும் சிறப்பு உனக்கான சிரிப்பு
நீயற்ற வெளியெனினும் அதில் உன்னை நிரப்புகிறாய்
தயக்கமில்லாத உன் இயல்பு காற்றாலானது
கடந்துசெல்லும் உனது வாசம் துரோகமற்றது
எதிரிக்குரிய பார்வையும் நட்புக்குரிய உன் பிரிதலும்
எதற்குள் நம்மை தீர்க்கு மென்னும்
நெடுநாளைய வழக்கிற்குள் ஏகாமல்
மரத்தைப் போல் பூவொன்றை உதிர்த்துவிட்டு போ
பூக்களில் உள்ள எறும்புகள் கடிக்கலாம் என்னை.

ஆகையினால் நீங்கள் உங்களின்
கவிதைகளைப் பற்றிக்கொண்டிருக்காதீர்கள்
எவ்வாறேனும் தளும்பி வழியும்
நீரைப் போல கவிதைகள் வந்துவிடலாம்
அஜாக்கிரதையாக இருந்தீர்கள் எனில்
உங்களைக் கொன்று வெளிவரும் கவிதை
அப்போது அது உங்களுடையது என உங்களாலும்
சொல்லமுடியாது போகலாம்
வேரைப் போல இருக்கும் அந்தக் கவிதை
உங்கள் கற்பாறைகளையும் ஊடுருவலாம்.

ஒரு வகையில் யாரையும் குற்றம் சொல்ல
இயலா வாழ்வின் போக்கு
அனுமதியின் துணையின்றி வரும்
காற்றின் தன்மை
புயலுற்று இருப்பதின் ரகசியம் புரியாமல்
எதிர்படும் நனவோட்டத்தின்மீது
எழுதப்படும் செலவுகள் குறித்த கணக்கை
சரிபார்க்க முடியா தருணத்தின் பூர்வீகத்தில் பூக்கும்
மலர் மீது அமர்வதும்
அல்லது
அம்மலரைப் பறிப்பதும்
பறிக்கப்பட்ட மலரின் வாசத்தை நுகர்தலும்
அனிச்சை செயலானபிறகு
மீன்களைக் கொத்தும் பறவை ஒன்றுக்கு
இறக்கைகளே துடுப்பாகிவிடுவது என்பது
தவிர்க்கவே இயலாததுதான்
எனவே இந்தக் கவிதையை இத்துடன்
முடிப்பதோ அன்றி தொடர்வதோ
கவிதையின் பாடு
எழுதியவனைத் தேடும் எண்ணமற்று இருப்போர்
இதைப் படிக்க கடவர்.

போதலின் தனிமை

எல்லைகளைக் கடக்கின்ற பாதங்களில்
குவிந்திருக்கின்றது வழி

தன்னை மீட்க கடந்த தொலைவின்
நிழல் கசிந்த ஒரு நொடியில் ஆனது
அனைத்தும்

வரவின் கூடலில் வந்தமரும் குருவிகளிடம்
இருப்பிடம் கேட்க
இறக்கையினை அடிக்கின்றன அவை

பேச்சரவம் அரவத்தினைப் போல
சுருண்டுக் கிடக்க
வார்த்தைகள் வாலாட்ட முனையாமல்
பம்முகின்றன
போகவேண்டிய இடம் குறித்த
பிரக்ஞையில்.

நட்பாயுதம்

இன்னும் முடியாத உங்களின் விவாதங்களை
என்ன செய்யமுடியும் உங்களால்
செவிகள் மறுத்த சொற்கள்
மீள்கின்றன மீண்டும் எங்களிடம்
சொற்களை அனுப்புவதற்குப் பதில்
கணைகளை வீசுகின்றீர்
கணைகள் நேரிடையானவை ஒரு சாதிவெறியனைப்
போலெனின்
எங்கள் ஆயுதங்களை பயன்படுத்துவோம்
நட்பை கணைகளாக்கும் உங்கள்
தத்துவம் புரியாமல்
நிற்கிறோம்
எனினும் போர்க்காலம் என்பதை
மேகங்கள் தீர்மானிப்பதில்லை.

அநீதி

தீர்மானமானதாக இருக்கின்றது எல்லாம்
உண்மையின் மெய்ப்பிம்பங்களை மறைக்கும்
மாயபிம்பங்களின் தோற்றங்கள் உட்பட
யாருக்கும் தெரியாமல் கொல்லும் தந்திரமும்
எல்லாவற்றையும் சூறையாடும் குற்றங்களும்
வெளிச்சத்திற்கு வருதல் சாத்தியமாகும்
உண்மையின் சொரூபத்தைத்
தோலுரித்து
ஒரு பழத்தைப் போல தருதல்
அதிகாரத்தின் தொண்டையில் முள் ஏற்றுதல்
கத்தும் அதன் வலிமையில்
ஒரு வதை என்பதோ
ஒரு வலி என்பதோ
ஒரு கைது என்பதோ
ஓர் உயிர் என்பதோ
நீதியின் அழிவு என்பதோ
எதுவுமற்று
முன்பே தீர்த்த தீர்ப்பின் கொழுந்துகளில்
எரியும் திசைகளில்
புதைக்கப்படுகின்றன உண்மையின் வாய்கள்.

மௌனத்தின் கூர்மையை
அறியாத உன் எத்தனிப்பு
படபடக்கும் ஒரு பட்டத்தைப் போன்றது
காற்றின் கைகள் கிழிக்கலாம் அதை.

வெவ்வேறாய் காய்ந்த குளங்களில்
ஒன்றாய் குவிகிறது
சூரிய ஒளி.

இரவின் குளிரை ஒப்படைத்துவிட்டு
செல்கிறேன்
என் கவிதைக்கான எழுத்துக்களை
நட்சத்திரங்களிலிருந்து பெறுகிறாய் நீ
உன் பெயர்ச்சொல்லாகின்றது
என் கவிதை.

எத்தனை வடிவங்களில் திசை மாறுகிறது
வாழ்க்கை
நீ வரைந்த இந்தக் காற்றோவியம் போலவே.

உனக்குத் தெரியாத எனக்கும்
எனக்குத் தெரிந்த உனக்கும்
என்ன இருக்கிறது
இடையில் இந்த இடைவெளியைத்தவிர.

மெர்சிக்கு சொல்வதற்குமுன்
ஒருமுறை சொல்லிப் பார்த்துக் கொண்டேன்
அதிக உயரமில்லாத இந்த மலைக்குன்றின்
பெயரையும்
என் அன்பினையும்.

கேள்விநாளம்

புரிதலின் கேள்விகள் எதுவுமற்று
மௌனமான நாக்கினடியில் ஊறுகிற
திரவத்தை விழுங்கி முடிகிறான் அவன்
சொர்க்கத்தின் வாயில்களுக்கருகே
காவலிருப்பவனைப் போல தன் விடைகளை
அறியமுடியாதவனாகி அவன்படும்
துன்பங்கள்மீது அமர்ந்து இசைக்கிறது குருவி
மரத்தின் மெல்லிய தளிர்கள் உதிர்ந்து
உரமாகி வேர்களில் நுழைகின்றன
யாவற்றின்மீதும் எதிர்கருத்துடன் அவனிருக்க
சொல்லமுடியாத கருத்துக்களால் தன் இமைகளை
செய்துகொண்டு
கண்களை மூடிக்கொள்வதென்ன முடிவெடுத்தபிறகு
ஆராய்கின்றன அவன் விரல்கள்
கேள்வியின் நாளங்களை.

ஆறு முகம்

மணிமுத்தாறு நதியின் மீதொரு பாலத்தில்
பயணிக்கும்போது சொல்லப்பட்டது எனக்கு
நதியின் வரலாறு
நதிகளின் துயரத்தில் பங்குகொள்ளும் பேராவல்
என்றுமே என்னுள்ளத்தில் உண்டு
கூழாங்கற்களையும்
கோரைப் புற்களையும்
நெய்துகொண்டே நதிகள் நகர்ந்திருக்கின்றன
நதி தன் நீரையும் பெயரையும்
கடலில் கலக்குமிடங்கள்
அபாயமானவை
நைல்நதியின் நீளம்
கங்கையின் அழுக்கு
காவிரியின் களவாடப்பட்ட இலக்கியம்
நதிகள் கொல்லப்பட்ட நெடுநாட்களுக்குப் பின்
ஊரின் கரைகளில் ஆற்றின் சுவடுகளைக்
குறித்துப் பேசுகையில்
புல்லரித்துக் கேட்கிறார்கள் சிறார்கள்
வற்றியே போன பாலாற்றுப் பாலையில்
மணலள்ளுவதைத் தவிர
வேறெதைப் பார்த்தா னென் மகன் நீர் உட்பட.

சொற்கல்லற்ற நதிக்கரை

அண்மையின் முத்தங்களற்ற
சவால் மிகுந்தது என் தனிமை
வெறுமையின் அடுக்குகளால் புனையப்பட்ட
என் அறையில் மிதக்கின்றன உடைகள்
குழந்தையின் மலங்கழிந்த உடையோ
உடல்வாசம் வீசும் பெண்ணின் உடுப்புகளோ
என்னறை அணியாதவை
புத்தகங்களின் பேசா சொற்கள்
சுவர்களைப்போலவே அழுத்தம் நிறைந்தவைகள்
நானே சத்தம் போடவேண்டியுள்ள
என் தனிமையின் மீது
ஒற்றைச் சொற்கல் தூக்கி அடிக்கவாவது
என் நதிக்கரையில் யாருமில்லை
தானேபேசி தனியாய் வாழ்கின்றன என் லிபிகள்
என்னிலிருந்து கிளம்பிய அவை வட்டமடித்துக்
கொண்டிருக்கின்றன என் அறையில்
ஊசியில் நூல்கோத்துத் தைக்க
கிழிந்தவைகள் கிடக்கின்றன ஏராளமாய்.

முந்நிலை

வழியும் துளிகளின் மீது
அமர்ந்து வருகிறது உன் ஞாபகத்தேன்
ஒவ்வொரு கல்லாய் எடுத்துப் போடுகையில்
சுழல்கிறாய் அலை வளையல்களாய்
கரைமோதி காற்றிலேறி வருகிறதுன்
ஞாபகத்தின் அலை
சப்தங்களின் அதிர்வை உறிஞ்சி உறைந்து
நிற்கிறது
மௌனத்தின் திடம்
மெல்ல ஆவியாகி மேலேறுகிறேன்
விண்ணின் பெரும்பலகையில்
வரைகின்றன என் கைகள்
உன் ஞாபக ஓவியங்களை.

தனிமை என்றொரு சொல்லின்
பொருள் அன்றி வேறெதும்
சொல்ல முடியாத உன்
அமைதிக்கொடூரத்தைத் தாண்டி
கண்ணசைக்கிறது சொல்
சொரிவது என்பது உயிராயினும்
உன்னுடன் எனின் கொள்வதும் கொடுப்பதும்
நாமாகி இருப்பது நமக்கன்றி வேறென்ன.

அன்றியும் எதுவுமில்லாமல்தான்
தொடங்குகிறது என் பொழுது
ஆகாயத்தின் நட்சத்திரத் துளிகளை
விழுங்கி வெளிவரும் காலையின்
நுனி எனக்காக எதுவும் தரவில்லை
தொடங்கும் இந்தக் கவிதை வரிகளைத் தவிர.

நினைவின் மீதொரு குமிழியைப்போல
நீ
காற்றின் உள்ளீட்டில் தகையும்
வடிவத்தின் சாயல்களில் எழுகிறது
நினைவு
மெல்ல நகரும் நதியின் நளினமன்ன
உன் அசைவுகளில்
ஒரு தீபத்தின் சுடரைக் காண்கின்றன
கண்கள்
புலரும் காலை திறந்துவைக்கும்
பெட்டகத்தின் எல்லாமும்
உன்னிருப்பில்
நிகழ்பவையே.

எனினும்
இன்னும் முயன்றுகொண்டே
இருக்கிறேன்
ஒரு நல்ல காதல் கவிதை
எழுதிவிட வேண்டுமென்றுதான்.

தேவைகள் எதுவுமற்ற பொழுதொன்றை
எண்ணித் துடிக்கிற மனம்
அவமானச் சுடரெரிந்த வாழ்வின்
பரிமாணங்கள் யாவும் குழைந்த
தீர்த்தமொன்றை நகலெடுக்கும்
என்னின்
அதீதங்களைக் கனவுகாணும்
விழிகளோ மனமோ
துயரெண்ணி வருந்துவதைத் தவிர
வேறென்ன செய்ய இயலும் வாழ்வின்
கடைசியில்.

இழத்தலின் கர்வம்

தன்னிலை என்பதன்றி மிகத் தெளிவாகி
நின்றது அது
ஒற்றைக்காலின் ஓயாத நிற்றலில்
வழியும் நிழல்கனிச் சாறில்
மொய்க்கின்றன எறும்புகள்
பிணைத்துக் களித்த வெள்ளத்தின்
கரைகளை அறுத்தெறிந்து நடக்கிறது
கோடை
இருந்தாலும் நீர்தேடும் எண்ணத்தின் கைகள்
துழாவிய நிலத்தடியை
இலைகள் ஏற்கின்றன காணிக்கையாக
இன்னும் அன்பூட்ட
தங்களை உதிர்க்கத் தயாராகின்றன அவை
இழத்தலின் கர்வம் மிகைந்து அசைகிறது மரம்.

மழைநீ

1.

உன் புன்னகையைப் போலவே
தவழ்கிறது சாலையோரத்தில்
மழைநீர்
உன்னைத் தொடுதலை ஞாபகமூட்டுகிறது
நீர் தோய்ந்த மண்சாலை
குழைந்து ஊடலுக்குப் பின்னான சிரிப்பெனவே
நகைக்கிறது மழைநீர் படிந்த
தார்ச்சாலை
குளித்து முடித்த கூந்தலை
அசைக்கின்றன நனைந்த பசுமரங்கள்
இடந்தவறிய பறவையின் பாடலின்
இசையில் அலைகிறது
கண்ணிலையின் கடைசித்துளி.

2.

எல்லாவற்றையும் வெறுத்தொதுக்கிய
துறவியைப்போல் நிற்கிறது மேகம்
அணைத்துக் கிளம்பிய காற்றின் திசையினில்
தொடங்கிய பயணத்தின் முடிவில்
கொட்டும் மழைத்தூறல்
திடீரென முடிந்துபோன கவிதையாய் கொட்ட
முக்காடிட்டு செல்கிறாய் நீ.

இசையின் சுவடுகள் பதிந்த
மழையீரக்குழலில் மெல்ல உருள்கிறது
நீர்த்திவலை
புல்லாங்குழலில் உதடுகுவித்து
கசியும் இசையை
நுனிநாக்கில் சுவைக்க
ஓடிவருகிறது மனம்.

முகங்குப்புற விழுந்து
புலம்புகின்றன
புறக்கணிப்பின் துக்கந்தாளாமல்
சிற்பக்கூடத்தில் பாறைத்துணுக்குகள்.

இரவின் தனிமையில்
பூவின் மடல்களில்
உட்கார்ந்திருக்கும் பனித்துளிகள்
சுமையின் வலியுணரா.

பயணம்

பெயர் தெரியாத திசையினின்று புறப்பட்ட வண்ணத்துப்பூச்சி ருசித்துப் பார்க்கிறது எருக்கம் பூக்களை.வெளிறிய மஞ்சள் நிறத்தாலான அதன் சிறகுகள் உதிர்ந்த பீர்க்கம்பூவிதழ்களை ஞாபகமூட்டுகின்றன. திகட்டாத அதன் நினைவுகளில் மூழ்கமூழ்க பறக்கிறது வண்ணத்துப்பூச்சி புறப்பட்ட தன் பழைய திசையெதுவென அறியாமல் இன்னுமொரு புது திசைக்கு.

கால அளவை

காலத்தின் கைகளில் கட்டப்பட்ட கடிகாரங்கள் நின்று போயிருந்தன. இலையுதிர்கால இலைகள்போல் உதிர்ந்தன அதன் முட்கள். கணிக்கமுடியாததாய் மாறிப்போயிருந்தது காலம். காலத்தின் கண்ணீர்த்துளிகளை சேகரித்தது நதி. நீரின் உயர்வில் மிதந்தன தாவரங்கள். மீன்கள் பறந்தன. அலையே வீசாத காலநதியின்மீது கால்களால் நடக்கின்றனர் மக்கள். மேம்பாலங்கள் கைப்பிடியாய் மாறிப்போயிருந்தன. தூரங்களால் அளக்கப்பட்டது காலம்.

கண்

ஒரு புல்லாங்குழலில் மீட்டினேன் உன்னை. செய்வதறியாது திகைத்த உன் கண்களை ஏந்திக் கொண்டேன் உள்ளங்கைகளில். நீண்ட கண்களாகி இருந்தன என் உள்ளங்கைகள். கண்களுக்குள் கண்கள். இமைப்பீலிகளைப் போல் விரல்கள் ஆற்றின. உன் கண்களை இறக்கிவிட என் கண்களுக்கு முடியாத அந்த நேரத்தில்தான் நிலவு பூத்தது.

கடைசி வார்த்தை

அடைவதின் காயத்தைச் சுமந்து தவிக்கிறது
தேவனால் கைவிடப்பட்ட ஆடொன்று
முட்கள் நிறைந்ததொரு பள்ளத்தாக்கில்
கம்மிய தன் தொண்டையை
செருமிசெருமி கத்தும் அதன் சன்னக்குரலில்
தாகம் தவிக்கிறது
ஆட்டைத் தேடிவந்த தேவகுமாரனுக்கும் தொண்டை வறள
கானாற்றில் கையள்ளி நீரருந்த சென்றவரின்
கால்களைக் கடித்து உள்ளிழுத்துக் கொள்கிறது
நீண்ட வாயும் கூரிய பற்களையும்
உடைய முதலை
விழுங்கப்படும் தேவகுமாரனின் கடைசி வார்த்தை
என்கடவுளே என் கடவுளே ஏன் என்னைக் கைவிட்டீர்
என்பதாம்.ஆமென்.

நீண்டசாலை ஒன்றின் ஓரத்தில்
நடக்கின்றேன்
மிதிப்பட்டு மிதிப்பட்டு
பின்வாங்குகிறது சாலை
ஓரப்புல்வெளியின் பூச்சிகள்
ஆரவாரிக்கின்றன
நானேயன்றி வேறொன்றுமில்லா
அனாதியில் வெளிச்சப் புள்ளிகள்
தோலின் திசுக்களை துளைத்துள்ளேக
இரவு வியாபிக்கிறது பூமியை.

அடுத்த சரணத்தில்

இன்னூஉம் விடியாத இரவுக்குள் போர்வையாய்
உறங்குகையில் தளர்ந்த சப்தங்கள்
ஒடுக்கும் வலியின் ஊடே
கேட்கின்றது வன்மை மிக்க உறுமல்
குயில்களும் பறவைகளும் பாடிய
ராகங்களில் அளவிடமுடியா இசை சப்த லயங்களையும்
பின்னிரவின் அடர்ந்த அமைதியின் கூர்மையையும்
குடித்த தாகத்தின் துளிகள்
கப்பல்கள் செய்யப்படாத மழைக்கால
காகிதத்தைப் போல
ஈரத்தின் அணைப்பில்
கண்ணீரும்
வியர்வையும் ஊறும் ராகத்தின்
அடுத்த சரணத்தில்
வேண்டுமானால் சந்திக்கலாம் நாம்.

இரவாதன

அனைத்தையும் புறந்தள்ளி போகமுடிந்த
உன்னால் இதுவும் மிக எளிமையானதுதான்
முழக்கங்கள் இரைச்சாலான உன் செவிகளில் ஏறாத
பசியின் ஓலம் குறித்து வாதிட்டொன்றும் நடக்கப்போவதில்லை
இயலாத காரணங்கள் கழிவுநீரின்
கருப்புவண்ண சேறாகி இருக்கையில்
துணிகளை கணுக்கால் மேல்வரை
தூக்கிச் செல்லும் உன் ஜாக்கிரதை உணர்வினை
ரசிப்பதை பாவம் என்று கத்துகிறான்
பகல் நேரத்தில் யாசிப்பவன்
அவன் கனவுகளில் கசிந்த
வாழ்வின் இரவை கொஞ்சுகிறபோது
வந்துத் தொலையும் பகலில் பிச்சைக் கேட்க புறப்படுகிறான்
எந்த வார்த்தையும் துணைக்கு வராத
அவன் கேட்டலில்
சூரியன் ஒளியை உமிழ்ந்தது
தாவரங்கள் நிழலைத் தந்தன
தங்கத்தின் நிற சருகுகளை
இலாவகமாய் உதிர்த்தன சாலையோர மரங்கள்.

கேள்விகள்

பாடலாகி இருக்கும் எங்கள் அழுகைகளை
யார்மீட்ட வருவார்கள்?
கருவிகளை எங்கே கொண்டு வைத்தார்கள்?
மேடையெதுவென தெரியாத வெளியில்
எங்கே இசைக்கப் போகிறார்கள் எங்கள் அழுகைகளை?
நேரமிருப்பின் அவர்களின் பிரதிகளையாவது தருவார்களா?
மீட்டப்படாத எங்கள் கருவிகளை வாசிக்க
திறக்கப்படாத எங்கள் கதவுகளைத் திறக்க
மீட்கப்படாத எங்கள் நகரத்தை மீட்க
வாழப்படாத எங்கள் வாழ்வுகளை வாழ
பழக்கப்படாத எங்கள் மரணங்களைப் பழக.

பூக்களாகும் பாம்பின் நாவுகள்

பாம்புகள் மிதக்கும் மரத்தண்டில்
முத்தங்களை ஈன்று பெருக்குகிறேன்
விரலின் ஸ்பரிசங்களில் பாம்புகளின்
வழவழப்பு மிகுந்து படரும் ஈரப்பசையில்
என் இதழ்கள் வடிக்கும் முத்தத்தின்
நீர் ஒழுகுகிறது
அசைவற்ற பிம்பங்கள் செறிந்த
பாம்புகள் மரத்தின் வேர்களில் முட்டைகளை
இட்டு வைக்கின்றன
வேர் உறிஞ்ச முட்டைகளின் மஞ்சள் கருக்களில்
பாம்புகளின் குட்டிகள் மிதக்கின்றன
முத்தங்கள் அனைத்தும் பாம்பின் விதைகளாகி
பரவுகிறது
ஒவ்வொரு வெயில் பிஞ்சும்
பாம்பின் நிறமாகி தோலாகின்றது
பூக்களாகுக பாம்பின் நாவுகளாக.

காலங்களின் அதீதத்தைக் கடந்து
நிகழ்கிறது உனது உறக்கம்
கனவுகளைத் தேடிதேடியே உறக்கத்தின்
ஆழத்திற்கு செல்கின்றன உன் கண்கள்
தட்டுப்பட்டவற்றை கழிவிரக்கத்தின்கண்
தொலைத்துவிட்டு உறங்குகின்றாய்
தேடும் தன்மை ஏதுமற்று.

அரச நகரம்

பிரதான வீதிகளைக் கொண்டதான அது
அரசர்களின் நகரம்
அழுக்குபடியாத அதன் தூய்மை
அங்கவஸ்திரம் போல் இருக்கிறது
விதவிதமான ரதங்கள்
வண்ணவண்ணமாக தெருக்கடல்களில்
இடைவிடாமல் செல்வது
நம்மை அண்டவொண்ணாமலே செய்கிறது
கூட்டமாக வாழும் புறாக்கள்கூட
அரசர்களின் வருகையின்மீதே தங்கள் கண்களை
பதித்திருக்கின்றன. அருகினில் ஒருவேளை
செல்வோமேயெனின் அவை விலகி செட்டைகளை
அடித்துக்கொண்டு பறக்கின்றன
நெடிய தூரங்களில் மட்டுமல்ல
அருகினில் இருக்கும் உயர்மாளிகைகளும்தான்
அச்சமூட்டுகின்றன
அரசர்கள் மற்றும் அரசாங்கத்தினர்
வருகையின்போதே பூக்களை சொரிகின்றன
அவ்வுயர்ந்த மரங்கள்
மீதி நேரங்களில் நிழலையும் சாய்ப்பதில்லை
சந்தடி மிகுந்தவை அனைத்து தெருக்களும்
அது அரச சந்தடி
அந்நகரத்தின் ஒரு தெருவில் மட்டும்
மக்களின் கூக்குரல் கேட்கிறது
அரசசபை இருக்கும் இடத்திற்கு வெகுதொலைவு அது
என்பதால் ஒற்றர்கள் மட்டுமே எப்போதாவது வந்து
அவர்களுக்கு தோதானதாக தேர்ந்தெடுத்துச் செல்கின்றனர்
முழக்கங்களை.
மக்கள் தங்கள் இருப்பிடங்களுக்கு மீண்டபின்
மிகப்பெருமையாக பேசிக்கொள்கின்றனர்
தலைநகரில் அரசர்களுக்கு எதிராக
பேசியதாக.

பாலங்களைக் கடக்கும்போதெல்லாம்
என்ன தோன்றுகின்றது என்று வழக்கம்போல் கேட்ட
சாய்ராவுக்கு பதில் ஒன்றும் நான் சொல்லவில்லை
அவளே சொன்னாள்
சமவெளிகளில் கைகோர்த்து நடந்த
மெர்சியும் அவளின் மரணமும் என்று
மெர்சிக்கு எப்போதோ தெரியும் நானும் அப்போதே
இறந்துவிட்டது.
என்மேல் வைத்திருந்த தன் வலது கையினை
எடுத்துக்கொண்டாள் சாய்ரா
ஏன் என்று சாய்ராவை
கேட்க அப்போது யாருமில்லை அங்கே.

நிழலகம்

அந்த பெரிய அங்காடி வளாகத்தில்தான்
அவளை முதன்முதலில் நான் சந்தித்தேன்
பால்யத்தின் புன்சிரிப்பும் பிரியமும்
அவளிடம் கொட்டிக்கிடந்தன
அவளறியாமலேயே அவளுள் நான்
பயணம் செய்தேன்
அந்தப் பயணத்தின் துணையாய்
அவளே அனுப்பியிருந்த அவளின்
அன்பை ஸ்பரிசிக்க அழைக்கிறேன்
அவளை கூக்குரலெடுத்து
நெடுஞ்சாலையின் ஓரத்தில் துளிர்த்து இருந்த
நிழலில் யாரோ நின்றிருக்க
மாயமாகிறாள் அவள்
உங்களுக்கு நினைவிருகின்றதா
எனக்கிருகின்றது அவள் பெயர் சாய்ரா.

ஈழம்

யாருமேயற்ற பெருவெளி யொன்றில்
புறப்படுகிறது எங்கள் பேருந்து
யுத்தங்களில் தொடர்ந்து வேட்டையாடுகிறான்
அப்பாவிகளின் ரத்தங்களை தோளின் துண்டாக்கிக் கொண்ட
ஆட்சியாளன்
அவன் வீசிய எரியும் குண்டொன்றில்
பிஞ்சுக் குழந்தையின் விரல் தகர்ந்து
விழுகிறது பாலுறைந்து விறைத்துப் போன
தாயின் மார்பின்மீது.
செய்திகளாகிப்போன படுகொலைகள்
பேச்சாகி அலைகின்றன பேருந்தில்
மொழி தெரியாத ஓட்டுனன்
பேருந்தை செலுத்துகிறான் தற்போது
களியாட்டங்கள் நிறைந்த நகரத்தில்
படுகொலைகளைக் கணக்கில் கொண்டு.

கானல் வரிகள்

வறண்ட காற்றில்
உதிர்ந்து கொண்டிருந்தன சருகுகள்

தகிப்பின் சூடு தாங்காமல்
பொரிந்தன முட்டைகள்
இலைகளற்ற மரக்கிளைக் கூடுகளில்

அளவுகடந்த துன்பத்தின் அலைகள்
சூழ்ந்து படர்ந்துத் திரண்ட
வெறுமையெங்கும் விளைந்திருந்தது
அனாதியின் ஓங்காரம்

சுருண்டு விழுந்த புறாவின்
இறக்கைகளில்
சூழ்ந்து இருந்தது வாழ்வு பற்றிய விவரணம்.

ஓர் ஏகாந்தமாய் தவிக்கும்
எப்பொழுதிலும்
பசப்புத லில்லா வருகையாய்
இருந்திருக்கிறது தனிமை

உன் நினைவுகள் சுழற்றியடிக்கும்
காற்றில்
கேசமாய் கலைவேன்
கடிகாரத்தின் முட்களாகி
நகர்ந்துக் கொண்டிருக்கும் அவை.

சடாரென கேட்கும் பறவையின் ஒலியிலோ
கிணற்றடி குட சப்தத்திலோ
கரைந்து மீள்வாய் நீ.

கனவுகள் தகைந்து தெளியும்
வானின்
நீலத்தை அளக்கும் உன் நயனங்களில்
தெரியும் நட்சத்திர மினுக்கல்கள்
தொடுத்த மணம்வீசும் மாலையின்
குளிரில் நடுங்குகிறது உடல்
வெம்மையின் தகவென வழிந்த
பார்வையின் கரம்பற்றிச் சென்ற
கழனியெங்கும் விளைந்திருக்கும்
நம் காதல் நெல்லின் உமிநீக்கி
அரிசி அளையும் உன் நெளிவிரல்களில்
பிசகும் மனசின் அலைவுகள்
கொதிக்கிறது உலையில்.

இரவின் பூரணத்தை
அழிக்கும் உன் நினைவின் மீதொரு
குதிரையென கிளம்புகிறது
என் பயணம்.

அகதியம்

கரையொதுங்கிய காலடிச்சுவடுகளில்
கண்ணீர் நிரம்பியிருக்கிறது
ஆகாயவிரிவின் பரப்பெங்கும் தெறித்த
செந்நிறத்தின் அர்த்தம்
படிகிறது நெஞ்சில்

பாடல்கள்மேல் தெளிக்கப்பட்ட
மரணத்தின் வாசத்தில்
பூக்கள் முகம் புதைகின்றன

அஞ்சி கிளர்த்திய இறக்கைகளை
விரிய விரிய பறக்கவிடாமல்
சுருட்டிக்கொள்கின்றன பறவைகள்

நின்று
நின்று வரும்
புயற்கால மழையென வருகிறது
துயரம்

வழியற்று ஏகிய
மக்களின் கண்களில்
அடைக்காக்கப்பட்ட நிழல்களாக
வாழ்வுச் சரிகையில்
உனக்கும் எனக்குமான கவிதை
இத்துடன் வாசித்து முடிக்கப்படுகிறது.

இரவு

1.
தெளிந்த இரவின்மீது
கல்லெறிகின்றன நாய்கள்
அலைகள் மிதந்தெழும்புகின்றன
கூடுகளில் உறங்கும் பறவைகளின் செட்டைகள்
தம் குஞ்சுகளை அமர்த்துகின்றன
மல்லிகை மலர்கள் உதிர்ந்து பரவுகிறது மணம்
சலனங்களேதுமின்றி
ஒற்றைக் கல்லைப் போல் கிடக்கிறது மனம்.

2.
வாசிப்பின் தவமறிந்து திரும்புகின்றன
எழுத்துக்கள்
வரிகளின் ஓசையெழுச்சி
நரம்புகளாகிப் படர்கின்றன
ஜீவன் ஓடும் நாளங்களில் அசையும்
சப்தமற்ற மௌனத்தின்மீது
வேகமாக சுழற்றுகிறது தன் றெக்கைகளை
மின் விசிறி.

3.
வலியின்மீது மருந்தினைப் போல
பூமியின்மீது
வழிகிறது இரவு
முட்கள் தெரியாத பாதையெங்கும்
மெல்ல நடக்கும் நிலவு
தென்னங்கீற்றின் ஓரிழையின்
நுனியில் ஒட்டிக்கொண்டிருக்கும் நினைவு.

4.
ஒலியற்றுப் போகின்றன இரவின் சொற்கள்
செல்லரித்துப் போன
பழைய புத்தகங்களின் வரிகள்
தேம்புகின்ற ஓசைவிழ
விழித்துக் கொள்கிறேன்
பழைய புத்தகங்களின் வரிகளை
என்ன செய்ய
அதன் நீண்ட அர்த்த வெளியினை
என்ன செய்ய
அர்த்தங்களை உருவாக்கிய எழுத்துக்களை
என்ன செய்ய
எழுத்துக்களின் மூலஒலியை அமைதியாக்க
இரவைத் தவிர வேறொன்றுமில்லை நம்மிடம்.

5.
குளிர்ந்த காற்றின் வீச்சு
தெருவில் நடக்கிறது
யாருமற்ற பயமேதுமில்லாமல்
நன்னடை நல்குகிறது
வேய்குழலின் கைகள்
ஊதுவதற்கு உலகையே
எடுத்துக் கொள்ள
இரவின் கரங்களில் தன் விரல்களைக்
கோத்துக் கொண்டு
விளையாடுகிறது விடுதலையை.

6.
சாலையோரச் சிறுவனின்
வயிற்றுச் சுருக்கத்தில்
ராவெல்லாம்
விழித்திருக்கின்றது
இரவு.

ஞானமடைதல்

செவ்வண்ணத்தில் இருக்கும் பூக்களைப் பூத்த
மரமொன்று இருக்கின்றது எங்கள் சுடுகாட்டில்
உறிஞ்சும் குழல்களான அதன் வேர்கள்
மண்ணில் புதைக்கப்பட்ட உடல்களின் குருதிகளை
உள்வாங்கியிருக்குமெனின்
அப்பூக்களின் வண்ணம் எங்களுடையது
பூக்களை உதிர்த்து
பிணக்குழிகளைப் போற்றும் அம்மரம்
முன்னெப்போதோ கொல்லப்பட்ட
எங்கள் குல அரசன்
அதன் வேர்மீதமர்ந்து நிழல் குளித்து
காற்றருந்தி
ஞானம் பெற்றிருக்கலாம் சித்தார்த்தன்.

மூதாதையர்களின் விதைக்கனிகள்

நிழல்களற்ற நீள்சாலை ஒன்றில்
பறவையைத் தேடி அலைகின்றாள் அவள்
கூடுதலற்ற அவளின் வாசம்
நடத்துகிறது அவளை பூக்களின் ஓரத்தில்
உங்களுக்கு கேள்வி எழலாம்
பூக்களுள்ள சாலையில்
செடி கொடி அல்லது மரம் என
எதனின் நிழலுமா இல்லை
ஆம்
பறவையொன்று வானில் உலவியபோது
பூமியில் படிந்த நிழலைத் தோண்டிதான்
வீடுகளை அவர்கள் உருவாக்கினர்
அந்நிழலில் கட்டப்பட்ட வீடொன்றில்
பிறந்தவள் அவள்
தன் மூதாதையர்களின் விதைக்கனிகளைத் தேடி வந்திருக்கின்றாள்
கொத்தி விதைகளை விழுங்கியப் பறவை
எச்சமிடும் இடம்தான் அவளின் தேடல்.

அகதிச் சொல்

அதுவாகத் தென்படாதவரை
எதையும் செய்வதில்லை
அலகுநீண்ட கொக்கின் அமைதியை

பூவரசம்பூவின் மஞ்சளன்ன நிறமதில்
வானம் இருக்கையில்
பறக்கும் எங்கள் பறவையின்
அழகுத் திமிர்

மணலளைந்து காதல் செய்த
சுவடெதையும் அழிக்க எத்தனிக்காதவை
எங்கள் கடற்புர அலைகள்

தேயிலைக் கொழுந்தாய் மிளிரும்
குழந்தையின் கைகளைக் கொண்டு
மயிலிறகால்
உயிரெழுத்து வரைய வரைய
துளிர்க்கும் செழுந்தமிழ்

அன்றிருந்த எங்கள் பூமியில்
கிளைத்திருந்தன
வெண்புறாக்களும்
மாலையில் பாடும் மணிக்குயில்களும்

உலோகக்கழுகுகள் எச்சமாய்
போட்ட குண்டுகளின்
வெம்மை இனவெறியில்
குழிந்து சிவந்திருக்கின்றன
செம்மணியும்
செஞ்சோலையும்

குழந்தையின் மழலைமொழியை
கைபொத்தி மூடிக்கொள்ள
முலைகளில் பால்வழிய
தாய்மையைப் படரவிடுகிறாள் பதுங்குக் குழிக்குள்
தமிழச்சி

பாடல்களின்மீது
கனத்த கல்லை வைத்துவிட்டு
கந்தகப் புகையை சுவாசிக்க ஏலாது
மூச்சுத்திணறுகிறது
கொன்றை மரக்குயிலொன்று

பகலெல்லாம் திரட்டிய கருமையை
இரவாய்ப் படரவிட்ட கடலில்
புதைந்து இக்கரை மீள்கையில்
ஓடிவந்து தாக்கிக் குமைக்கிறது
அகதிச்சொல்.

பனிக்கட்டிகள் உருகுவதில்லை

என்னிலிருந்து கிளம்புகின்ற எதையோ
அபகரித்துக் கொள்கின்றன உன் ஆகிருதிகள்
பார்வைகள் தொலைந்த பொழுதுகளில்
தூக்கத்தால் நிறைந்திருந்த உன் அறையின் கதவுகளை
என் வருகையால் திறக்கிறேன்
நீண்ட கருநாகத்தைப் போல மெதுவாய்
வெளியேறுகிறது உன் தூக்கம்
தூக்கமற்று போய்விட்டதாய் புலம்புகிறாய்
இமைகளின் பாரத்தைத் தூங்கி இறக்கி வைக்க வாய்க்காத
என் கண்கள் சொரிகின்றன
எதனையும் கரைக்கும் கண்ணீரின்
வெப்பத்தாலும் உருக்க முடியவில்லை
பனிக்கட்டியால் செய்யப்பட்ட
உன் இதயத்தை.

சொதசொதப்பு

அமைதியாய் இறங்கிய மழையினூடே
நீ சலனத்தை வரைகிறாய்
நிரந்தரங்களின்மீது பொழிந்த அர்த்த
முறைமைகளைத் துறந்து கிடக்கிறது சாலை
குறுகிய பள்ளங்களில் தேங்கிய
மழைநீரை குழந்தைகள் ஆக்குகின்றன
கால்பந்தாய்
விழிகளில் கவிந்த குரூரங்களில்
இம்சிக்கிறாய் என்னை
உனக்காக செய்யப்பட்டதாய் நினைத்து
கீழ் விழுந்தவென் ஆயுதங்களை
எடுக்கமுடியாத என்னை சிதைக்கிறாய்
எதுவும் குறையாத சந்திப்பொன்றில்
பேசிக்கொள்ளலாம் எனில்
எங்கே இருக்கிறது உலர்ந்துபோன
நிலம்
மழையில் நனைந்த மரத்தடியாக
சொதசொதப்புடனேயே வருகிறாய் நீ.

தப்பித்தல்

தப்பித்தல் நிகழும் தருணம்
மிகவும் உன்னதமானது
நுண்ணிய புள்ளியின் மையத்திலிருந்து
புறப்படும் தாக்குதல்கள்
வலியின் அளவுகளால் எதிர்கொள்ளப்படுவனவல்ல
ஒரு வன்முறையிலிருந்தோ
ஒரு விபத்திலிருந்தோ
ஒரு பிறப்பிலிருந்தோ
ஒரு காதலிலிருந்தோ
எப்படித் தப்புவதுயென
தவித்தலில் கிடைக்கலாம்
நமக்கான நேரம்
தப்பிக்க முடியாததாய்
துரத்தி வருகிற மரணத்திடம்
என்ன செய்ய முடியும்
உன்னால் என்னால் நம்மால்.

18,புதுமனை 2வது தெரு

கோபம் பொங்கிய அமைதியுடன்
இருக்கிறது வீடு
துயரங்களின் பெருமூச்சுடன்
கட்டி முடிக்கப்பட்டது அது
தீராத கணக்குகளின் உக்கிரத்தில்
உறைந்து கல்லாய் சில நேரங்களில்
அப்பா மாறுவார்
ஒவ்வொரு அறையாய் முடியும்போதும்
கண்ணீர்த் துளியொன்று வந்து மறையும்
தேய்ந்துபோன செருப்புடன்
மிதிவண்டியில் சிமெண்ட் மூட்டை வாங்கி வந்து
அப்பா கொடுக்க தரைபோடப்பட்டது
தங்கை தம்பிகள் எல்லாம் ஒன்றாய்த் தூங்க
முந்தானை எடுத்து அம்மா
கொசுவிரட்டி கண்ணயர்வார்
கதவு சன்னல் எல்லாம் வர
நாங்களும் வளர்ந்தோம்
ஒவ்வொரு உறவாய்ப் பிரியபிரிய
தனியாய் ஆனது வீடு
அடுப்படியில் அம்மா இருக்க
கடைக்காலிடுகையில்
கல் விழுந்து பெயர்த்துப் போன
கால்பெருவிரல் நகத்தினை
வருடிக்கொண்டிருக்கிறார் அப்பா
வீடு என்று சொல்லப்படும்
அதன் வாசலில்.

சத்தம் மிகையும் பயணத்தின்
ஊடே
குழலூதி இசைப்பரிசு தரும்
கண்ணில்லா அவருக்கு
என்ன தந்துவிட முடியும் உங்களால்
ஒரு புறக்கணிப்பை
கேட்காத தோரணையுடனான காதுகளை
அல்லது
துருப்பிடிக்கும் சில்லறையைத் தவிர.

மழைக்காரி

மழையில் நனைந்த பொழுதது
நாவல்பழ வாசனையென பரவினாள் அவள்
கைகளில் ஏந்திய மழையின் இலாவகம் தெறித்து
அவள் கால்களின் கொலுசுகளானது
நனைந்த கூந்தலில் சிக்கிய மழையினை
விரல்களால் கோதுகின்றாள்
கைரேகைகளில் மழைவெள்ளம்
இன்னும் வலுக்கும் மழையின் ஆசை
அவளை மேலும் நனைக்க
சிவக்கின்ற அவள் மேனிச்சேற்றில்
சித்திரங்கள் தோன்றுகின்றன
காமத்தின் காம்புகள் பூக்களாகி
மலர்கின்றன அவளுடலில்
கொஞ்சம் கொஞ்சமாய் மழை
நனைந்து கொண்டிருக்கிறது அவளில்
அவளில் கரைந்த
மழையின் உடல்பரவிய அவ்விடம் முழுதும்
தேங்கியிருந்தது பால்போல் பசலை.

ஓவியமாதல்

வெளியேறும் குருதியில் கிடக்கும்
அணுக்களைக் கொண்டு
ஓவியங்கள் வரைந்தேன்
சிலவற்றை வரைய வரைய
என் கைகளை அவை பறிக்க ஆரம்பித்தன
விரல்களை இழந்தபின் தூரிகையைப் பிடிக்க
முடியவில்லை ஆகையால்
கைகளையும் சேர்த்து நான் கொடுத்து விட்டேன்
என் கைகள் ஓவியங்கள் ஒன்றில்
உயிர் பெற்றன
அதன்பிறகு என் கண்கள்
அவற்றில் படிந்த மெல்லிய மஞ்சள் நிறத்தினை
ஓர் ஓவியத்தின் கைகளிலிருந்த வளையல்களுக்கு
பூசி முடிக்கையில்
கண்மணியிலிருந்த கருவண்ணத்தினை
மேகங்கள் எடுத்துக் கொண்டு
பசுமைநிற மரத்தின்மீது நின்று காட்சியளித்தன
என் மொழிகளுக்கான வண்ணத்தினை
வரையறுக்க நான் எத்தனிக்கையில்
அவற்றைப் பிடுங்கி தங்களுடையதாக்கி வைத்தன
கோயில் ஓவியத்திலிருந்த ஆடையற்ற சிற்பங்கள்
மீந்திருந்த என் விழியின் வெண்வண்ணத்தை
அச்சிற்பங்களே அபகரித்துக் கொள்ள
அவற்றின் தோள்களிலிருந்து இடுப்பு வரை
அலையலையாய் பாய்ந்திருந்தது அது
ஓவியங்கள் உயிர்பெறலாயின
என் தோலின் கருநிறத்தை யாருக்காவது தரலாம் என்றால்
என்னை துரத்தி அடித்தன ஓவியங்கள்.

குழந்தைகளைப் பற்றி கவலைப்படாத
அந்தக் குடியிருப்பில்
சுற்றுச்சுவரற்ற கிணற்றடியில்
விளையாடிக் கொண்டிருக்கின்றது அந்தக் குழந்தை
யாதுமறியாத அதன் வேகத்தில்
எனக்குள் நிகழ்ந்துகொண்டிருக்கின்றது
குழந்தையின் துர்மரணம்.

ஆவியாதல்

ஆவியானவற்றை தேடிப்பிடித்து குளிரவைக்கும்
முயற்சியில் இருந்த அவளிடம்
களங்கங்கள் ஏதுமில்லை
ஒரு சூனியக்காரனின் அபாயம் நிறைந்த
மந்திரங்களைப் போல இருக்கவில்லை
அவள் கண்கள்
அவள் கூந்தலைப் பார்க்கையில் என்னென்னவோ
நினைவுக்கு வருகின்றது
ஆனால் ஒன்றையும் சொல்ல ஏலவில்லை
அவள் மென்மை கைகளைப் பற்றி
நடக்கின்ற காற்றுக்கு இனிப்பு பிடித்திருக்கின்றது
கொலுசுகளின் இசை விரவிய அவ்விடத்தில்
பூக்கள் மலர்ந்த புல்வெளி மணம் வீசுகின்றது
துயரத்தின் கண்ணீர்த்துளிகளை யாருக்கும்
தெரியாமல் சிந்திவிடுகின்ற இரவைப் போல
அவள் மேனி வியர்வைத்துளிகளை
கோலப்புள்ளிகளாக்கிவிடுகின்றன
இசைக்கோலங்கள் எதையும் கற்றுக்கொள்ளாத
அவள் வார்த்தைகள் வண்ணங்களாகி விடுகின்றன
இதோ
ஆவியாகிறேன் நான்.

கடந்த அந்தக் கணத்தினை
மீண்டும் நிகழ்த்திவிட முடியுமெனின்
நீயும் வருவாய் என் தேரிழுக்க.

பசியூட்டுதல்

தனிமையின் கொப்பளங்கள் நீர்கோத்து
இருக்கின்றன
கிள்ளி எடுக்க
இணையும் விரல்களைப் போல வரும்
ஞாபகத்தீயை
அணைக்க அணைக்க எரிகிறேன்
காகங்களை விரட்டி விட்டு
குழந்தைக்கு சோறூட்டவரும் தாயைப் போல
என்னை விரட்டிவிட்டு
பசியூட்ட வருகின்றாய்.

குருவிகளற்ற வனாந்திரங்கள்

அதிசயமாய் இருக்கின்றாள்
குருவிக்கு தினமும் அரிசி போடும் அம்மா
யாராலும் நேசிக்கப்படாத அவள் அன்பு
பரவிக்கிடக்கிறது வாசலெங்கும்
பீச்சியடித்த பால்வாசனை
அரிசிகளில் கலந்து அவள் வீசுகையில்
நீரற்ற கிணற்றிலிருந்து
றெக்கைகள் சடசடக்க வருகின்றன
தட்டாங்குருவிகள்
சாப்பிடு என்னும் அதிகார அன்பில்
குருவிகள் கொத்த ஆரம்பிக்கின்றன
மாமரத்திலிருக்கும் காகங்கள் கத்த
சபிக்க ஆரம்பிக்கின்றாள் அம்மா
“கொழந்தைங்க சாப்பிடறத
ஏந்தடுக்கணும் இந்த காக்காங்க”
என்று அவள் குரல் கொடுக்க
கைகள் எடுத்துவரும் காகங்களுக்கான
பழைய சோற்றை
தெருக்குழாயில் தண்ணீர் பிடித்த ஈரப்புடவையோடு
வாசலில் வந்து நின்று
குருவிகள் கொத்தித் தின்பதை பார்த்து சிரிக்கும்
அம்மாவுக்கு
உதவிகள்செய்ய நாங்கள் யாருமில்லை அவளுடன்
அவளை அழைத்துக்கொண்டிருக்கின்றோம்
குருவிகளற்ற எங்கள் வனாந்திரங்களுக்கு.

திசையடங்கா காட்டின் மூலையொன்றில்
தளிர்த்த இளம்பச்சை நிற குருத்திலையில்
பதிவாகும் சின்ன குயிலின் இசைநரம்புகள்
அடர்ந்து வனமாகும் வேளையில்
பாடலின் பெரும்பரப்பெங்கும்
குயில்தாயின் பால்சுவடுகள்
கொத்திக்கிளறாத பேரமைதியில் காடுறங்கும்
தத்தித் தாவிவரும் புதுப்பாட்டு
அப்போதும் பிரசவிக்கும்
புத்திலை ஒன்றை.

பாத்திரம் ஏந்தல்

அனைத்தையும் புறந்தள்ளி போகமுடிந்த
உன்னால் இதுவும் மிக எளிமையானதுதான்
முழக்கங்கள் இரைச்சாலான உன் செவிகளில் ஏறாத
பசியின் ஓலம் குறித்து வாதிட்டொன்றும் நடக்கப்போவதில்லை
இயலாத காரணங்கள் கழிவுநீரின்
கருப்புவண்ண சேறாகி இருக்கையில்
துணிகளை கணுக்கால் மேல்வரை
தூக்கிச் செல்லும் உன் ஜாக்கிரதை உணர்வினை
ரசிப்பதை பாவம் என்று கத்துகின்றான்
பகல் நேரத்தில் யாசிப்பவன்
அவன் கனவுகளில் கசிந்த
வாழ்வின் இரவை கொஞ்சுகிறபோது
வந்துத் தொலையும் பகலில் பிச்சைக் கேட்க புறப்படுகிறான்
எந்த வார்த்தையும் துணைக்கு வராத
அவன் கேட்டலில்
சூரியன் ஒளியை உமிழ்ந்தது
தாவரங்கள் நிழலைத் தந்தன
தங்கத்தின் நிற சருகுகளை
இலாவகமாய் உதிர்த்தன சாலையோர மரங்கள்.

பதிலிலிகள்

அழும் குழந்தையின் சப்தத்திற்கு
பதில் தர தோதாக இருக்கும்
உங்கள் சப்தங்களை கொஞ்சம் கணக்கிடுங்கள்
அதட்டி இருப்பீர்கள்
உச் கொட்டி என்னவென்று கேட்டிருப்பீர்கள்
விரல் காட்டி மிரட்டி பூதம் வர சை
கை காட்டியிருப்பீர்கள்
பால் தருவதற்காய் செய்துகொண்டிருக்கும்
வேலையை விட்டு பின்புறம்
ஈரக்கையைத் துடைத்து கொண்டே
காலதிர ஓசையெழுப்பி சென்றிருப்பீர்கள்
அப்பாவோ பேயோ வருவதாய்ச் சொல்லி
பயங்காட்டி இருப்பீர்கள்
சப்தங்களாலே சப்தத்திற்கு பதில்
தர அறிந்திருந்த நீங்கள்
என்றேனும் குழந்தை அழ அழுததுண்டா
நான் பார்த்திருக்கின்றேன்
பெரியவர்கள் அழ
அழும் குழந்தைகளை.

மிக மெல்லிய ஓசை
கடந்து செல்கிறது வேகமாய்
துயிலும் எறும்பு தூளியில்.

கானவள்

வனத்தின் கனியாகி சிவந்த அவள் உதடுகளில்
சொற்கள் பிரசவமாகி விழுகையில்
மழைத்துளிகளாகின்றன
வனம் பசுமையடைகின்றது
உயிர் ஊறும் வேரில் வாசம் கிளர்ந்து
இறுகுகிறது வனம்
அடர்த்தியுடன் புதராகி அவள் மேலும் சிரிக்கின்றாள்
வானம் சிவக்கின்றது
கருத்த மேகங்கள் மேலும் மழையைத்தர

கானாறு புறப்படுகின்றது
சருகுகள் நிறந்த கானின் மேனி இப்போது
இசைக்கருவியாகி மீட்டுகிறது
அவளின் சொற்களைப் பாடல்களாய்
இப்போது காட்டில் குயில்கள் தோன்றுகின்றன
செவிகள் முளைத்த மரங்கள்
இன்னும் தழைக்கின்றன
மேகங்கள் மரங்களில் குடியேறுகின்றன
இப்போது வேரில் மாரி வர
வனம் மழையானது

வழிதல்

நீரற்ற பெருவெளியெங்கும்
அலைந்த கால்கள்
திணறும் நடுநேரத்தின் வெப்பத்தில்
திளைக்கும் உடல்கள்
களைத்திருந்தன
கால்களின் வழியேறிய வெம்மையின்
திறவுகோல்களை சுழற்றி வீசிய
விரல் பிடித்து அனுப்புகிறேன்
உன்னை.

ஆயினும்

முன்பிருந்ததைப் போலக் காடில்லை
அடர்ந்த புதர்களில் அணில்கள் பருக
நிழல் கரைந்த நீரில்லை
உயரக் கிளைகளில் உட்கார்ந்து
உலகம் காண முயலும் கிளியின் காலடியில்
பழமேதும் இல்லை
மூங்கில் செடிகளில் கூரிலைகள்
அசையும் பச்சைக் கீற்றுகளில்லை
ஆயினும்
காடிருக்கிறது
காடென்னும் பெயரில்.

அப்படி இன்னும் தெரியவில்லை யாருக்கும்
கடந்தவைகளின்மீதும்
நிகழ்பவைகளின்மீதும்
வினையாற்றும் விவரம்
கருமையின் இருப்பாயிருக்கும்
காலமேகம் பொழியும் மழையின் துயரம்
வேர்களை வேட்டையாடும்
பொழுது எதுவாயினும்
அதில் நிகழும் மாற்றத்தின் குடியமர்ந்து
வாழும் குயிலின் பாடலைப் போல
அமைந்திருக்கும் வாழ்வு.

தருணம்

தருணத்தின் அமைவு கிட்டாத எதுவும்
இன்மையோடு தொடர்கிறது
வந்ததிலிருந்தே வருகைக் குறித்த பெருமிதம்
மிகைந்து அழிகிறது துளித்துளியாய்
போகையில் அழிந்த எந்தத் துவாரமும்
காற்றையோ
நீரையோ
கொண்டு செல்வதில்லை
வருகையில் மிஞ்சும்
போவதைக் குறித்த எந்த பிரக்ஞையுமின்றி
இருக்கின்றோ மெல்லாம் நாம்.

ஏதோ

தீர்க்கமானக் கோடுகளால் வரையக்கூடியன
அல்ல அவை
பகடிகளற்ற சொற்கள் உலவும் வனம்
பிசிறுகள் சற்றேனும் இல்லா மேகம்
ஊறிய தேனில் மிதக்கும் மதுரம்
யாருமற்ற வெளியொன்றின் மௌனம்
எல்லாவற்றிலும்
இருக்கும் உன் எஞ்சிய அழகிடை
என்ன இருக்கின்றது இன்னும்.

போரிடி

அண்மையின் கைகளில் என்னைத் தந்துவிட்டு
செல்கிறது காலம்
அதன் துணிவுகளோடு செல்ல இயலாத என்னை
விட்டுவிட்டு சென்றுவிடுவதாக அச்சுறுத்துகிறது
திராணியற்ற ஒரு போர்ச்சேவகனைப் போல
என் வாளையும் போர் உடைகளையும் நான் களைந்துவிட்டு
காத்திருக்கிறேன்
எதிரிகள் தண்டனைகளைத் தரப்போகும் ஆணைகளுக்காய்
போரற்ற பிராந்தியத்தில் என்னை விடவேண்டும் என்னும்
எண்ணம் இருப்பதாய் சொல்லுகிறார்கள் உளவாளிகள்
ஆனாலும் தாக்குதலுக்கு உள்ளாகாமல் இருக்கவும்
முடியாதென்கிறார்கள்
தாக்குதலற்ற போரும்
இழப்புகளற்ற அன்பும்
காதலிலும் இல்லை
கண்மணி சாய்ரா.

கூடற்று

யாரடையும் கூடென அறியாத
பறவையொன்று கத்தி
சிறகுகளை விரித்துப் பறக்கின்றது
காற்றின் கைகளால் வலுவூட்டப்பட்ட
மரத்தின் கிளைகள் அசைதலில்
துயில்கின்றன பறவைக்குஞ்சுகள்
கூடுகளின் கட்டுமானத்தில் நிறைந்த
பாதுகாப்பின் வழிதெரியாத
பறவையது கூடற்று கடக்கின்றது
வானத்தின் பெருவெளியை.

அமுதம்

ஆசிர்வதிக்கப்பட்ட பொழுது அது
தென்னங்கீற்றுகளின் கீச்சொலியில்
கிள்ளைகள் பாடம் பயில
மஞ்சள் நிற சூரியன் செம்மஞ்சள் பூச
அந்தியின் வானம்
உன் பேருந்தின் இருக்கைக்கருகில்
நிகழ்த்திய ஒளிஜாலம்
திரும்பலற்ற உன் முகத்தின்மீது
படிந்த வியர்வைத்துளியொன்று
சாலை யோரத்தில் வந்த ஆற்றை
நிறைத்தது
ஆற்றிலிறங்கிய அந்திச்சூரியன்
நீர் முழுக்கக் குடித்துவிட
உன் பெயர் சொல்லிப் போனது
தாகமெடுத்த பச்சைக்கிளி யொன்று
மலைமுகட்டின் பாறையில் பொறிக்கப்பட்ட
நம் முன்னோர்களின் லிபிகளைக்
கொத்திக் கொண்டுபோகும் மரங்கொத்திகள்
உனது பெயருக்கானதையும்
கானகத்தின் அடர்பகுதியில் போட்டுவிட
துயில் கலைந்தெழுதது நாகம்
அதன் வர்ண ஓவிய உடலெங்கும்
மிதந்த லிபிகள் அமுதமாக்கின பாம்பின் விடத்தை
அமுதமிரண்டு கண்களாகிப் பூத்திருக்க
நீ வந்த பொழுது
ஓர் ஆசிவதிக்கப்பட்ட பொழுதுதான்.

நானும் என் ஆயுதங்களும்

நிணம் வழியும் ரத்த காயங்களைப்
பதக்கங்களாக்கும் போர்க்களத்தில்
நீண்ட வாளுடன் நான் சுழலுகின்றேன்
வாள் என் கையில் சுழலும் பம்பரமாகின்றது
காற்றை
கடுகிவிரையும் சூரியனின் ஒளியை
தூரத்திலிருந்து வரும் ஒலியின் அபாயத்தை
பிணங்கள் வீசும் வாசத்தை
வெட்டி வீழ்த்துகிறேன்
களமாடும் என் கண்கள்
திசைகளை அளைகின்றன
திமிறிய தசைகளின் கட்டுகளை மீறி
விளையாடுகின்றது என்னுடல்
கால்களின்மீது நிறைந்த தூசிகளை மேலும்
எழுப்பி
புயலாக்கி அனுப்பினேன்
களத்திலிருந்து விடுபடாத என் தளவாடங்களை
நான் தயாரிக்காதபோதும்
அவை
எனக்கானவையாகவே இயங்குகின்றன.

மலைமாற்றம்

என் மலையின் போர்வையை
மாற்றிய மழையைப் போற்றி வைப்போம்
கருகிய புல்லினங்களை விட்டோடிய
பறவைகளை மீண்டும் அழைக்கும்
அதன் குரலை ஓங்க வைப்போம்
பூக்களைப் பூக்க வைக்கும்
பாறைகளுக்கிடையேயான மண் துகள்களை
ஈரமாக்கி கர்ப்பம் தரிக்க வைத்த
அதன் கருவூலத்தை வாழ்த்துவோம்
பசித்த மான்களையும் வரையாடுகளையும்
அதனிடத்திலேயே பொத்தி வைத்த
அதன் பூடகத்தை நினைந்து வணங்குவோம்
என் மலையை நனைத்த
அதன் ஈரக்கரத்தைப் பற்றி நிற்போம்.

முடிவு

எதனையும் எடுக்காத உங்கள் துரோகம்
குறித்து எதுவும் பேச இயலாது இப்பொழுது
நனிசிறந்த உங்கள் நாகரிகம் குறித்தும்
அதன் தீராத கொடூரம் குறித்தும் நாம்
உரையாற்றுவதற்கு ஒன்றுமில்லை
கொல்வது என்பதையும் விட கொடியது
ஒரு சுவரைக் கட்டிக் கொள்வது
ஜன்னல்களற்ற அதில் ஒரு வாயிலையும்
நீங்கள் வைக்காதது உங்கள் உள்ளத்தின் கேடு
உங்கள் ஆயுதங்களை நீங்கள்
மறைப்பதே இல்லை
கொலைக்கருவியை நீங்கள்
அணிகலன்களாகவே அணிந்திருக்கின்றீர்கள்
சில நேரங்களில்
புதிய ஆயுதங்களையும்
அவ்வப்போது பயன்படுத்துகின்றீர்கள்
எதனையும் மறுக்கும் உங்களுக்காக
இழக்கும் எங்களை நாங்கள் எப்படி
விட்டுவிட முடியும்?

ஆயினும் உலகத்தீரே

1

எத்தனைத் துயர்கள் இன்னும் கடக்க வேண்டும்
அடர்ந்த வெயில் காயும் பாலைவனம் இன்னும் எத்தனை
குளிரற்ற என் பொழுதுகள் எவ்வளவு வெப்பமுடையவை
கண் தெரியாத ஒரு பூச்சியைப்போல நடக்கவேண்டிய
காடுகள் இன்னும் இருக்கின்றனவா
வெம்மையின் கோலோச்சலில் கனியும்
ஓர் உவர்கனியைப் போல காலத்தின் கைகள்
என்னைச் சுட்டிச் சொல்வதென்ன
யாருக்கும் தெரியாமல் கடிக்கும் மரணத்தின்
கொடுக்குகளை மாலையாக்கி யாரோ
அணிவிக்கும் என் கழுத்து எத்தகைய பாரம் சுமக்கும்
ஒரு கலவியானாலும்
ஒரு கேள்வியானாலும்
பதில்கள் ஏதுமற்ற என் கனத்தினை
யார் சுமப்பீர் உலகத்தீரே!

2.

இரவின் பாசறையில் என் குயில்கள்
உரக்கப்பாடுகின்றன
ஆயுதங்களின் பெருமைகளை
படைகள்சூழ நான் அணிந்திருக்கும் என்
போருடையை
தலைகொய்யும் போரின் பின்புலத்தில்
நானாடும் அமரை
தோளோடு விளையாடும் காதலியின் நீள்விரல்களை
என் பரத்தையின் அழகிய
குரலை
அவளின் காமம் பிசிறும் கண்ணுனியை
ஆனாலும்
குயில்கள் அறியா என்
காயங்களை நான் பாடுகின்றேன்
கேட்பீரோ உலகத்தீரே!

3.
அத்தனையும் சுமக்கும் ஒரு மலையைப் போல
என் ஆதுரங்களை நான் சுமக்கையில்
யாருக்கும் தெரியாமல் இருக்கும் என்
பாரங்கள்மீது அமர்ந்து நீ வாசிக்கின்றாய் உன் கருவியை
தொலைந்த என் கருவி செய்த கானங்கள்
மலைகளில் எதிரொலித்தபின்
பரந்த ஆற்றின் மணலவெளியில்
துகள்களுக்கிடையில் பதுங்க
நண்டுகள் பாடின என் மீதி ராகங்களை
கழிவுநீர் கரையும் என் ஆற்றின் முகத்துவராத்தில்
பாடல்கள் தூர்ந்து போனதை
நீங்கள்தாம் அறிவீரோ உலகத்தீரே!

4.
கொஞ்சம் கொஞ்சம் வெயிலடிக்கும்
மாலைநேரச் சுவரில் வரையப்பட்டிருந்த
ஓவியங்களை
அழிக்க முனைந்து
கரிந்து வருகின்றது இருள்
இருளொரு மறைபொருளா உலகத்தீரே!

5.
குருவிகள் கொஞ்சும் மாமரத்தின்
நிழலில் தெரிவதில்லை
அவை அமர்ந்த சுவடுகள்
மென்னிலைத் தளிர்கள் முற்றி
முழுபச்சை அடையும் மாவிலைகளில்
தளிர்களின் வண்ணங்களை யார் பதிவாக்க இயலும்
கூறுங்கள் உலகத்தீரே!

6.

ஆயினும் உலகத்தீரே
உணவெதையும் உண்ணாமுடியா நோயாளியைப் பற்றி
பொய்களைக் கிளப்பும் மனநிலை
சிறைகூடத்தை அடையும் முன்பே
அவமானங்களைச் சுமக்க வைக்கும்
அக்கிரமங்கள்
துன்பமானவை
மழைவராத வானத்தின் மேகத்துளிகளை
வலிந்து இழுக்கும் வன்முறையை
நீங்கள் விடாதபோதும்
அன்பின் பேரமைதியை
சுகிக்க சுகிக்க தரும் வாழ்வில்
எதையும் எடுத்துக்கொள்ளாத உங்கள்
குழந்தைகளின் கூடாரங்களை
சற்றேனும் கலைக்காதிருக்க கடவீர்கள்
எனதருமை உலகத்தீரே!

www.ingramcontent.com/pod-product-compliance
Lightning Source LLC
LaVergne TN
LVHW090426051026
849518LV00006B/2452
* 9 7 8 8 1 9 5 0 5 0 2 2 2 *